Impressum
Verlag: BABADADA GmbH, Nedderfeld 112 , 22529 Hamburg
Geschäftsführer / Verlagsleitung: Harald Hof
Druck: Books on Demand GmbH, In de Tarpen 42, 22848 Norderstedt

Imprint
Publisher: BABADADA GmbH, Nedderfeld 112 , 22529 Hamburg, Germany
Managing Director / Publishing direction: Harald Hof
Print: Books on Demand GmbH, In de Tarpen 42, 22848 Norderstedt

paaralan

shule

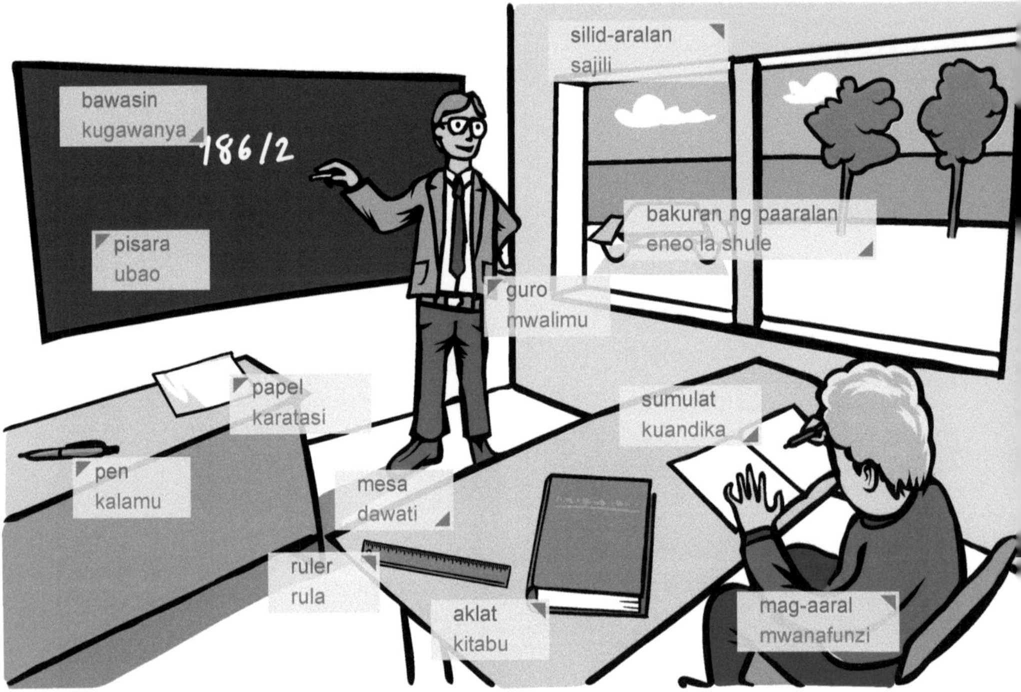
silid-aralan
sajili
bawasin
kugawanya
186/2
bakuran ng paaralan
eneo la shule
pisara
ubao
guro
mwalimu
papel
karatasi
sumulat
kuandika
pen
kalamu
mesa
dawati
ruler
rula
aklat
kitabu
mag-aaral
mwanafunzi

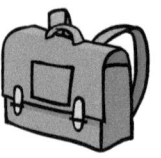

satchel

mkoba

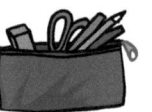

lalagyan ng lapis

kikasha cha penseli

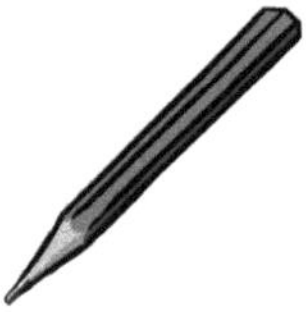

lapis

penseli

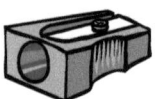

pantasa

kichonga penseli

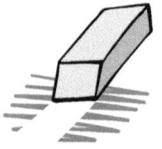

goma

mpira

drowing pad

pedi ya kuchora

drowing

uchoraji

pinsel na pampinta

brashi ya rangi

kahon ng pinta

sanduku la rangi

gunting

mkasi

pandikit

gundi

aklat para sa pagsasanay

daftari

takdang-aralin

kazi ya nyumbani

numero

nambari

dagdagan

jumlisha

bawasin

ondoa

paramihin

zidisha

kalkulahin

kokotoa

liham

barua

alpabeto

alfabeti

salita

neno

teksto

maandishi

basahin

kusoma

yeso

chaki

leksyon

somo

rehistro

sajili

eksaminasyon

uchunguzi

sertipiko

cheti

uniporme sa paaralan

sare za shule

edukasyon

elimu

encyclopedia

elezo

unibersidad

chuo kikuu

mikroskopyo

darubini

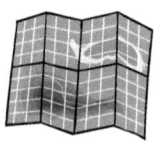

mapa

ramani

basurahan ng papel

kikapu cha kuweka karatasi
chafu

hotel
hoteli

hostel
hosteli

ROOMS

anggapan ng palitan ng pera
ofisi ya ubadilishanaji

+CHANGE

maleta
sanduku

kotse
gari

wika
lugha

oo / hindi
ndiyo / la

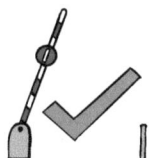

Okey
sawa

kumusta
hujambo

tagapagsalin
mtafsiri

Salamat
Asante

magkano ang...?

kiasi gani ni ...?

Hindi ko maintindihan

Sielewi

problema

tatizo

Magandang gabi!

Jioni njema!

Magandang umaga!

Habari za asubuhi!

Magandang gabi!

Usiku mwema!

paalam

kwa heri

direksyon

mwelekeo

bahage

mizigo

bag

mfuko

napsak

shanta

panauhin

mgeni

silid

chumba

sakong tulugan

begi la kulalia

tolda

hema

impormasyon ng turista

taarifa ya utalii

dalampasigan

ufuo

credit card

kadi

almusal

kifunguakinywa

tanghalian

chakula cha mchana

hapunan

chakula cha jioni

tiket

tiketi

elebeytor

kuinua

selyo

muhuri

hangganan

mpaka

adwana

mila

embahada

ubalozi

visa

visa

pasaporte

pasipoti

transportasyon
usafiri

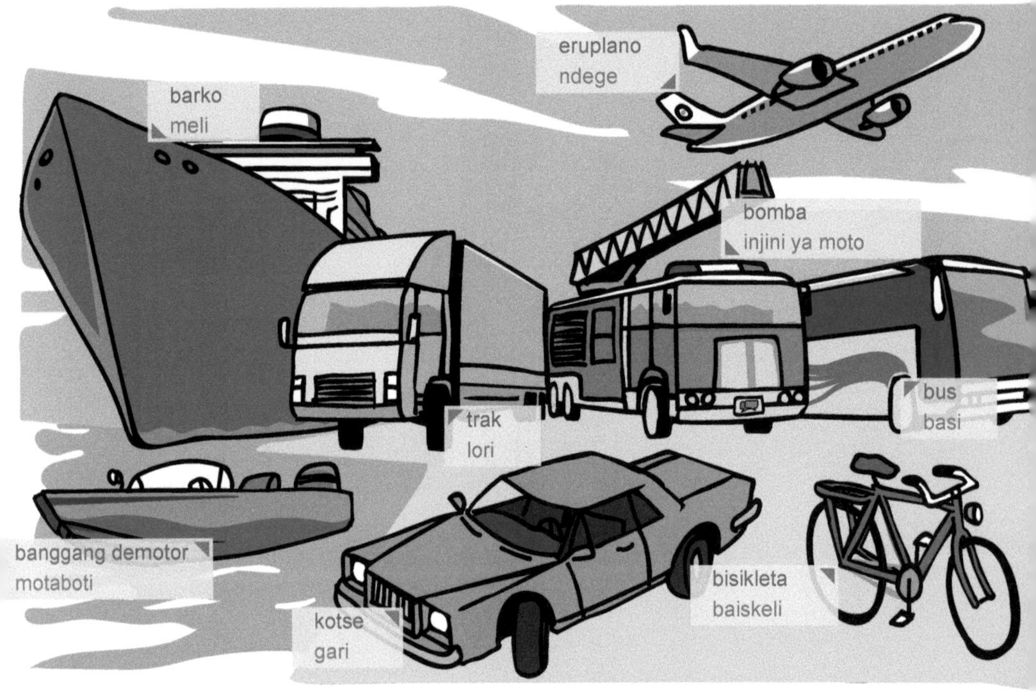
eruplano
ndege
barko
meli
bomba
injini ya moto
bus
basi
trak
lori
banggang demotor
motaboti
bisikleta
baiskeli
kotse
gari

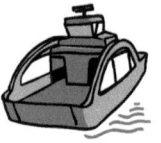

lantsang pantawid
feri

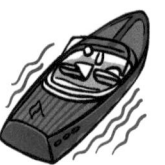

bangka
mashua

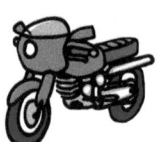

motorsiklo
pikipiki

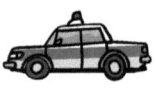

sasakyan ng pulis
gari la polisi

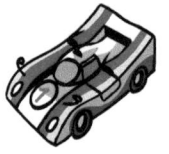

kotseng pangkarera
gari la mashindano

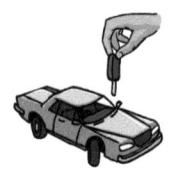

nirerentahang kotse
gari la kukodisha

car sharing

kushiriki gari

trak na panghila

lori la kuvuta

trak na pantapon ng basura

ukusanyaji taka

motor

motor

panggatong

mafuta

gasolinahan

kituo cha mafuta

karatula ng trapiko

ishara trafiki

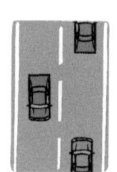

trapiko

trafiki

masikip na trapiko

msongamano

paradahan ng kotse

maegesho

estasyon ng tren

kituo cha treni

riles

reli

tren

garimoshi

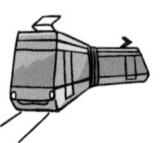

trambya

tremu

wagon

gari la mizigo

helikopter

helikopta

paliparan

uwanja wa ndege

tore

mnara

pasahero

abiria

sisidlan

chombo

karton

katoni

kariton

mkokoteni

basket

kikapu

umalis / lumapag

ondoka

lungsod

jiji

nayon

kijiji

sentro ng lungsod

katikati ya jiji

bahay

nyumba

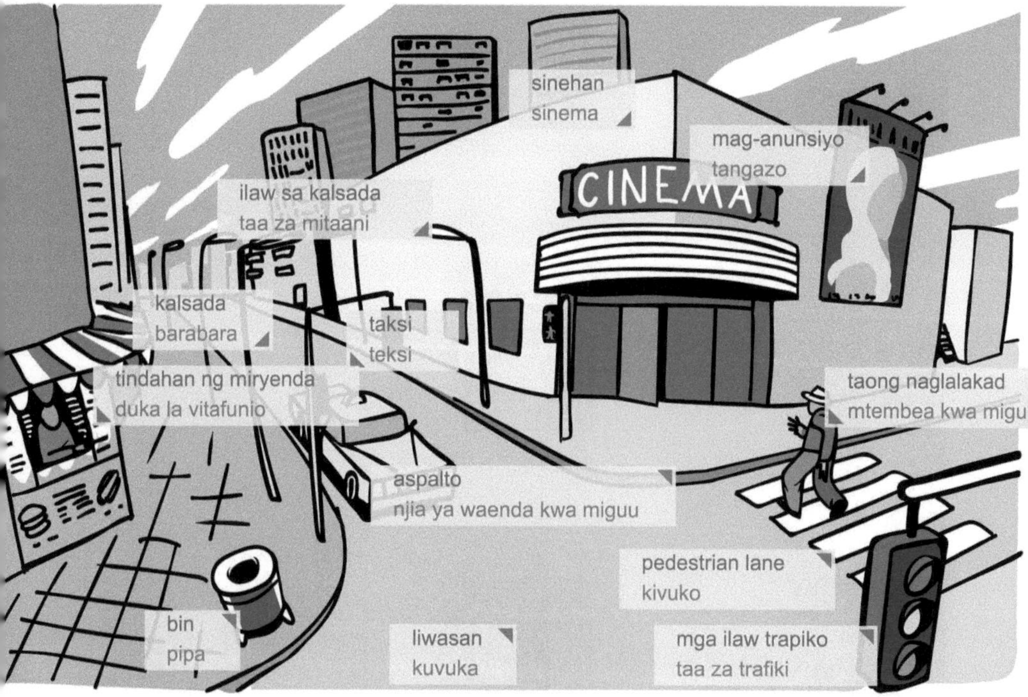

sinehan
sinema

mag-anunsiyo
tangazo

ilaw sa kalsada
taa za mitaani

CINEMA

kalsada
barabara

taksi
teksi

tindahan ng miryenda
duka la vitafunio

taong naglalakad
mtembea kwa migu

aspalto
njia ya waenda kwa miguu

pedestrian lane
kivuko

bin
pipa

liwasan
kuvuka

mga ilaw trapiko
taa za trafiki

kubo
kibanda

patag
gorofa

estasyon ng tren
kituo cha treni

munisipyo
ukumbi wa mji

museo
Makavazi

paaralan
shule

unibersidad

chuo kikuu

bangko

benki

ospital

hospitali

hotel

hoteli

parmasya

duka la dawa

opisina

ofisi

tindahan ng aklat

duka la kitabu

tindahan

duka

tindahan ng bulaklak

duka la maua

supermarket

dukakuu

palengke

soko

department store

idara ya kuhifadhi

tindahan ng isda

mwuza samaki

sentrong pamilihan

kituo cha ununuzi

daungan

bandari

parke

Hifadhi

bangko

benki

tulay

daraja

hagdan

vidato

underground

chini ya ardhi

tunel

handaki

hintuan ng bus

kituo cha mabasi

bar

bar

restawran

mgahawa

kahon ng koreo

sanduku la posta

karatula sa kalsada

ishara ya barabara

metro ng paradahan

mita ya maegesho

zoo

bustani ya wanyama

swimming pool

kidimbwi cha kuogelea

moske

msikiti

bukid
shamba

polusyon
uchafuzi

libingan
makaburini

simbahan
kanisa

palaruan
uwanja wa michezo

templo
hekalu

tanawin
mazingira

dahon
jani

posteng pananda
ishara ya mwelekeo

daan
njia

parang
malisho

bato
jiwe

kahoy
mti

hiker
mtembeaji wa masafa

ilog
mto

damo
nyasi

bulaklak
ua

lambak

bonde

burol

kilima

look

ziwa

kagubatan

msitu

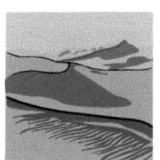

disyerto

jangwa

bulkan

volkano

kastilyo

ngome

bahaghari

upinde wa mvua

kabute

uyoga

palmera

mtende

lamok

mbu

langaw

kuruka

langgam

chungu

bubuyog

nyuki

gagamba

buibui

salagubang

mende

palaka

chura

ardilya

kuchakuro

parkupino

nungunungu

liyebre

sungura

kuwago

bundi

ibon

ndege

sisne

swan

bulugan

nguruwe mwitu

usa

kulungu

moose

aina ya kongoni

dam

bwawa

turbina ng hangin

tabo ya upepo

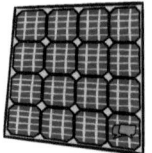

solar panel

nishaji ya jua

klima

hali ya hewa

restawran
mgahawa

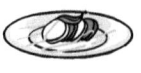

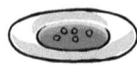

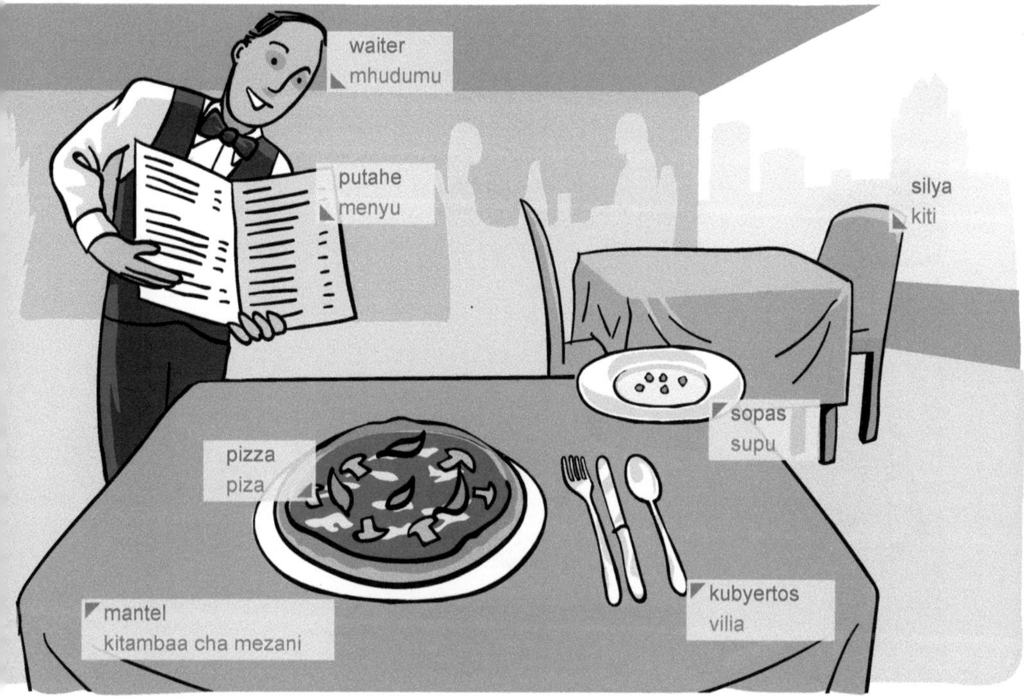
waiter
mhudumu
putahe
menyu
silya
kiti
sopas
supu
pizza
piza
kubyertos
vilia
mantel
kitambaa cha mezani

panimula

kiamsha hamu

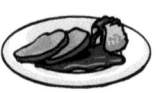

pangunahing pagkain

kozi kuu

panghimagas

kitindamlo

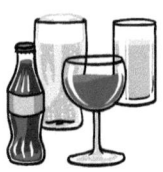

inumin

vinywaji

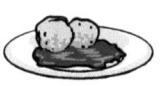

pagkain

chakula

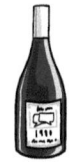

bote

chupa

fastfood

chakula cha haraka

pagkaing kalye

Streetfood

tsarera

buli

panutsa

kisanduku cha sukari

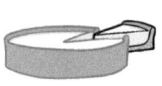

bahagi

sehemu

espresso machine

mashine ya espresso

mataas na upuan

kiti kirefu

bayarin

muswada

bandehado

trei

kutsilyo

kisu

tinidor

uma

kutsara

kijiko

kutsarita

kijiko cha chai

serviette

nepi

baso

glasi

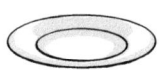

pinggan

sahani

platong pansopas

sahani ya supu

platito

sufuria

sawsawan

mchuzi

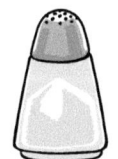

pangkalog ng asin

kichanyaji chumvi

panggiling ng paminta

kinu cha pilipili

suka

siki

langis

mafuta

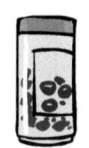

pampalasa

viungo

ketsup

kechapu

mustasa

haradali

mayonnaise

kachumbari nzito

supermarket
dukakuu

espesyal na alok
ofa maalum
kustomer
mteja
produktong mantikilya
maziwa
FOR
prutas
matunda
troli
toroli

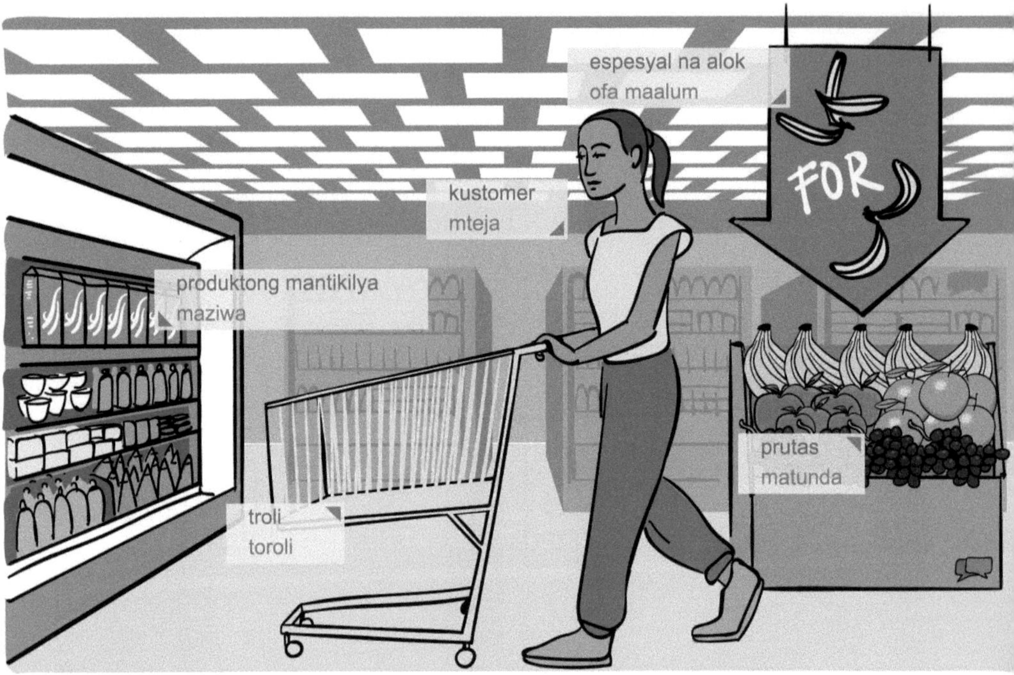

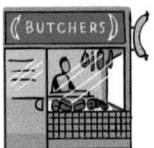

BUTCHERS

butser
mchinjaji

BAKERY

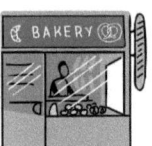

panaderya
mwokaji

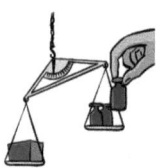

timbang
uzito

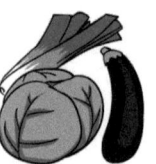

mga gulay
mboga

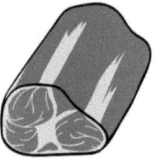

karne
nyama

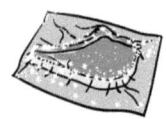

pinalamig na pagkain
chakula waliohifadhiwa

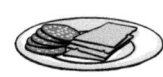

malamig na karne

ipande vya nyama baridi

delatang pagkain

chakula cha kopo

pulbos na panlaba

sabuni ya unga

matatamis

pipi

mga produktong pambahay

bidhaa za kaya

mga produktong panlinis

bidhaa za kusafisha

tindera

mtu mauzo

cash register

mpaka

kahera

keshia

listahan ng pinamili

orodha ya manunuzi

oras ng pagbubukas

masaa ya ufunguzi

pitaka

mkoba

credit card

kadi

bag

mfuko

plastik bag

mfuko wa plastiki

tubig

maji

juice

sharubati

gatas

maziwa

coke

coke

alak

mvinyo

serbesa

bia

alak

pombe

kakaw

kakao

tsaa

chai

kape

kahawa

espresso

spreso

cappuccino

kapuchino

saging

ndizi

mansanas

tufaha

kahel

machungwa

melon

tikiti

limon

lemon

carrot

karoti

bawang

kitunguu saumu

kawayan

mianzi

sibuyas

kitunguu

kabute

uyoga

mani

karanga

noodles

nudo

spaghetti

spageti

bigas

mpunga

ensalada

saladi

chips

vibanzi

pritong patatas

viazi vya kukaanga

pizza

piza

hamburger

hambaga

sandwich

sandwichi

piraso ng karneng walang buto

kipande

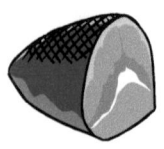

hamon

paja la mnyama

salami

salami

tsoriso

soseji

manok

kuku

inihaw

choma

isda

samaki

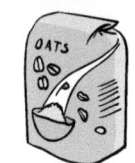

mga porridge oat

oats ya uji

muesli

muesli

cornflakes

cornflakes

harina

unga

croissant

kroisanti

rolyong tinapay

andazi

tinapay

mkate

tostado

mkate wa kubanika

biskuwit

biskuti

mantikilya

siagi

keso

maziwa mgando

keyk

keki

itlog

yai

pritong itlog

yai kukaanga

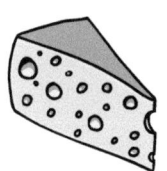

keso

jibini

sorbetes

aiskrimu

asukal

sukari

pulot

asali

jam

jemu

tsokolateng pinapahid

kuenea kwa chokoleti

curry

mchuzi wa viungo

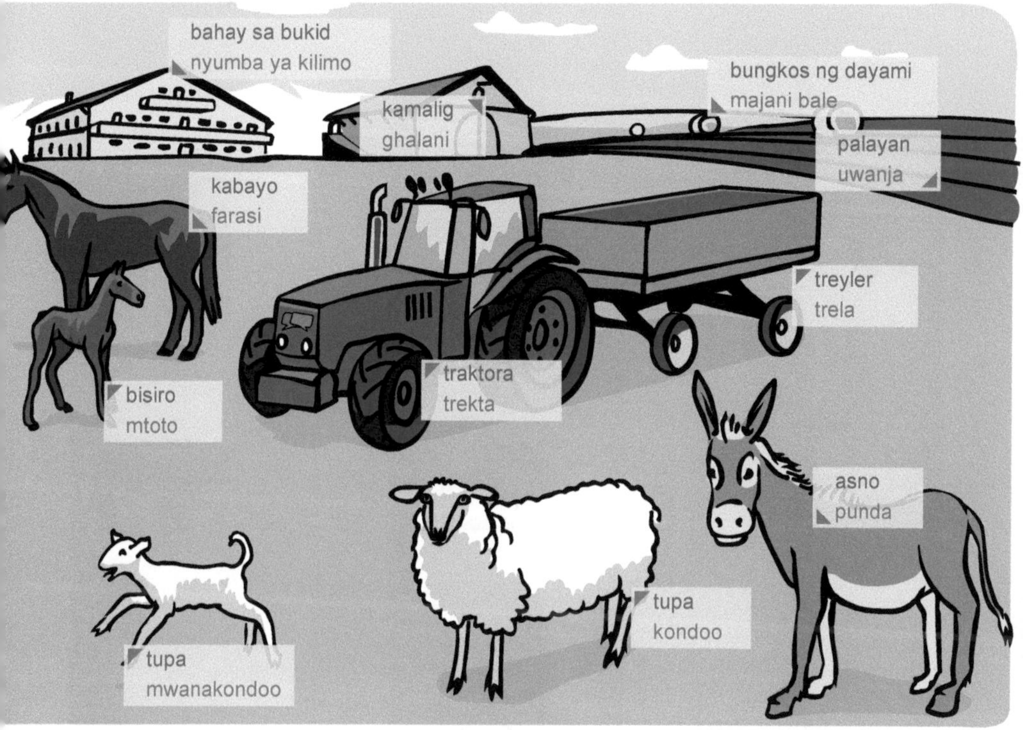

bahay sa bukid
nyumba ya kilimo

kamalig
ghalani

bungkos ng dayami
majani bale

palayan
uwanja

kabayo
farasi

treyler
trela

traktora
trekta

bisiro
mtoto

asno
punda

tupa
kondoo

tupa
mwanakondoo

kambing
....
mbuzi

baka
....
ng'ombe

guya
....
ndama

baboy
....
nguruwe

biik
....
mwananguruwe

toro
....
fahali

gansa

batabukini

pato

bata

sisiw

kifaranga

inahin

kuku

katyaw

jogoo

daga

panya

pusa

paka

daga

panya

kapong baka

ng'ombe

aso

mbwa

bahay ng aso

nyumba ya mbwa

hose sa hardin

bomba la bustani

latang pandilig

debe la kumwagilia maji

haras

fyekeo

araro

kulima

karit

mundu

asarol

jembe

tuhugin

uma wa nyasi

palakol

shoka

karitela

toroli

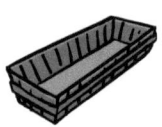

sabsaban

kupitia nyimbo

lata ng gatas

chombo cha maziwa

sako

gunia

bakod

ua

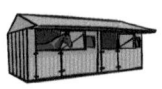

kuwadra

imara

punlaan

chafu

lupa

udongo

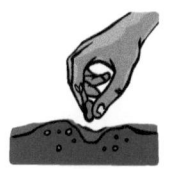

buto

mbegu

pataba

mbolea

combine harvester

kivunaji

mag-ani

mavuno

ani

mavuno

yams

viazi vikuu

trigo

ngano

soya

soya

patatas

viazi

mais

mahindi

rapeseed

rapa

kahoy na namumunga

mti wa matunda

kamoteng kahoy

muhogo

siryal

nafaka

bahay
nyumba

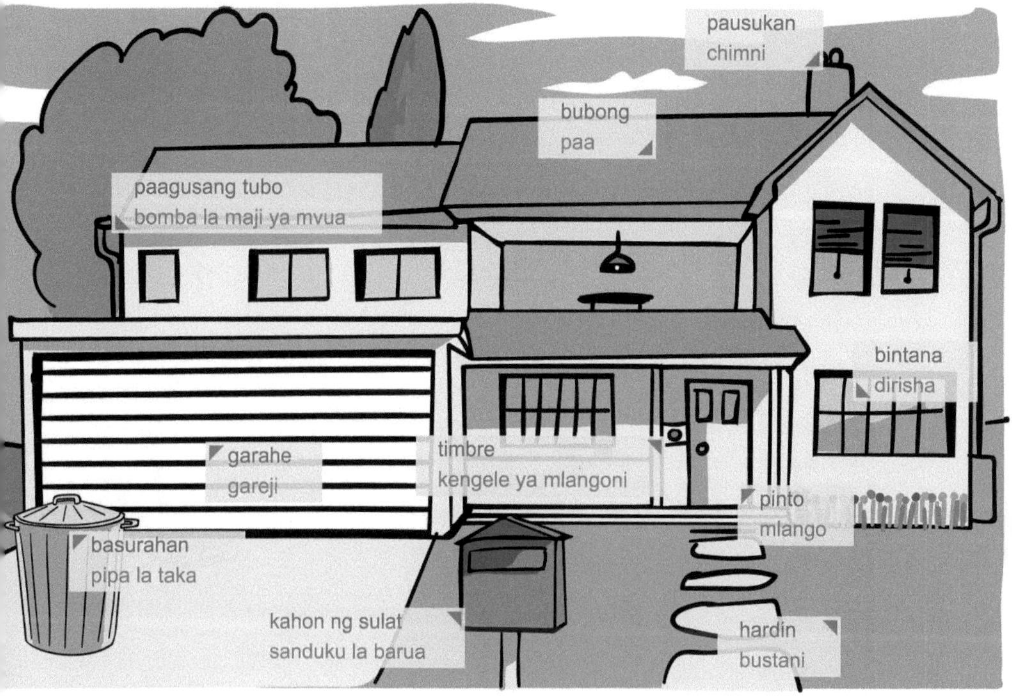
pausukan
chimni
bubong
paa
paagusang tubo
bomba la maji ya mvua
bintana
dirisha
garahe
gareji
timbre
kengele ya mlangoni
pinto
mlango
basurahan
pipa la taka
kahon ng sulat
sanduku la barua
hardin
bustani

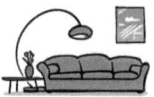

salas
sebuleni

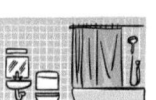

palikuran
bafu

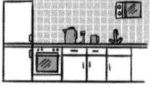

kusina
jikoni

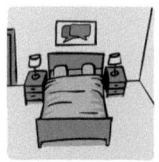

silid-tulugan
chumba cha kulala

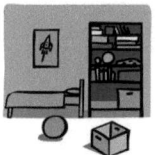

silid ng bata
chumba ya mtoto

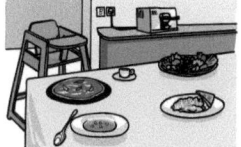

hapag-kainan
chumba cha kulia

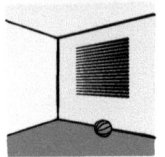

sahig
sakafu

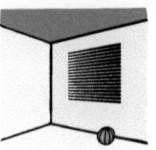

pader
ukuta

kisame
dari

bodega ng alak
pishi

sauna
sauna

balkonahe
roshani

terasa
mtaro

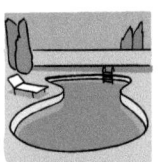

pool
kidimbwi

pamputol ng damo
mashine ya kukata nyasi

piraso ng papel
karatasi

kobrekama
kitambaa cha kupamba
kitanda

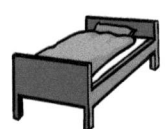

higaan
kitanda

walis
ufagio

timba
ndoo

pindutan
kubadili

salas

sebuleni

wallpaper
mandhari
litrato
picha
ilaw
taa
estante
rafu
kabinet
kabati
telebisyon
televisheni/runinga
pugon
mekoni
bulaklak
ua
unan
mto
sopa
sofa
plorera
chombo cha maua
remote control
kitenzambali

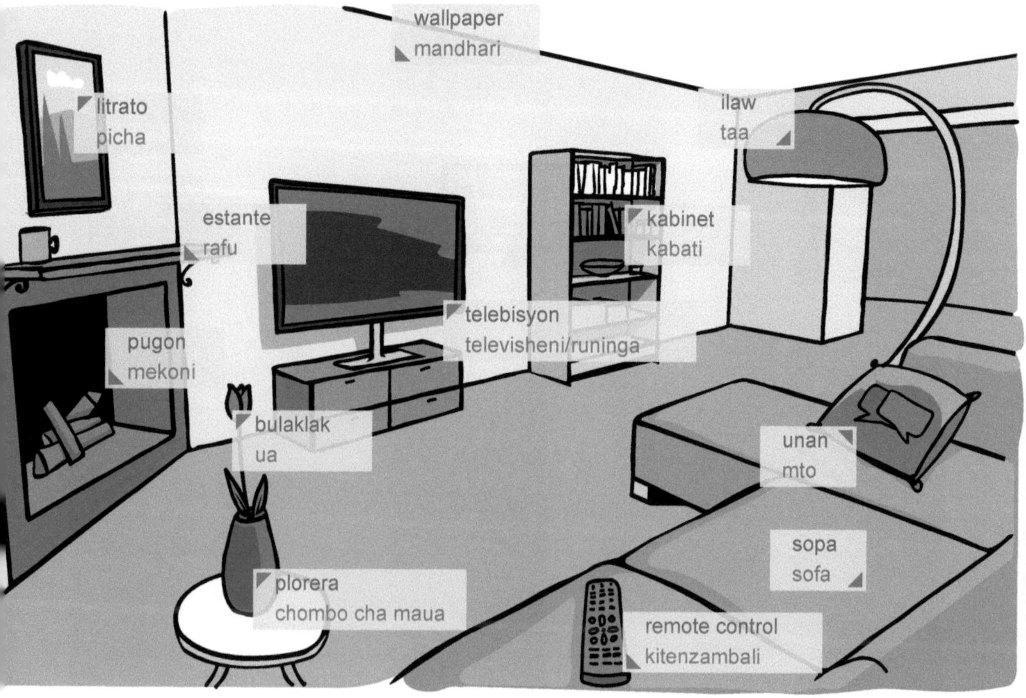

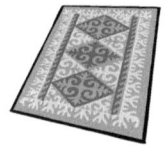

karpet

zulia

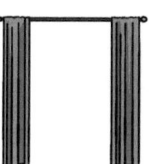

kurtina

pazia

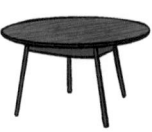

mesa

meza

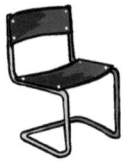

silya

kiti

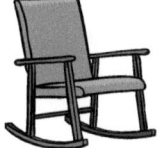

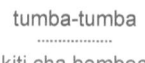

tumba-tumba

kiti cha bembea

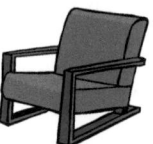

sandalan

armchair

aklat

kitabu

kumot

blanketi

dekorasyon

mapambo

kahoy na panggatong

kuni

pelikula

filamu

hi-fi

kifaa cha hi-fi

susi

ufunguo

dyaryo

gazeti

pinta

uchoraji

poster

bango

radyo

redio

kuwaderno

daftari

vacuum cleaner

kifyonza

kaktus

dungusi kakati

kandila

mshumaa

kusina
jikoni

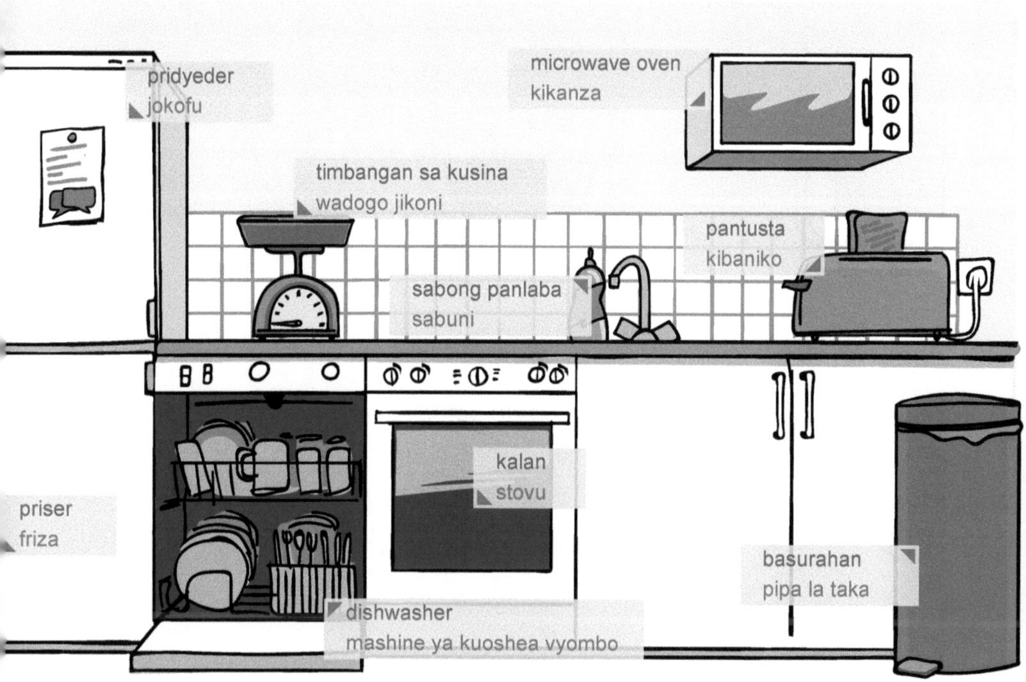
pridyeder
jokofu
microwave oven
kikanza
timbangan sa kusina
wadogo jikoni
pantusta
kibaniko
sabong panlaba
sabuni
kalan
stovu
priser
friza
basurahan
pipa la taka
dishwasher
mashine ya kuoshea vyombo

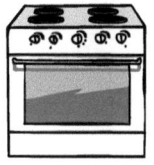

lutuan
jiko la kupika

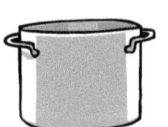

kaldero
chungu

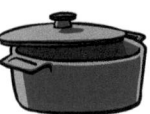

kalderong bakal
sufuria ya chuma

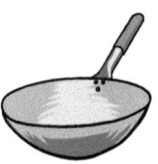

wok / kadai
wok / kadai

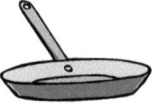

kawali
kaango

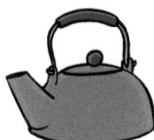

takore
birika

pasingawan

stima

bandehado sa paghuhurno

sinia ya kuoka

babasagin

vyombo vya udongo

mug

kombe

mangkok

bakuli

sipit ng intsik

vijiti vya kulia

sandok

ukawa

spatula

mwiko mpana

pampalis

burashi

pansala

kichujio

salaan

chujio

pangkayod

mbuzi

almires

chokaa

barbikyo

barbeque

siga

moto wazi

tadtaran

ubao wa majaribio

rodilyo

kijiti cha kusukuma unga

tribuson

kizibuo

lata

kopo

pambukas ng lata

inaweza kopo

panghawak ng kaldero

kishikio cha chungu

lababo

karo

bras

brashi

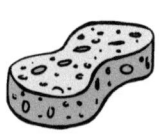

espongha

sifongo

blender

kisagaji matunda

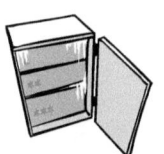

malalim na freezer

friji ya kina

bote ng sanggol

chupa ya mtoto

gripo

bomba

palikuran

bafu

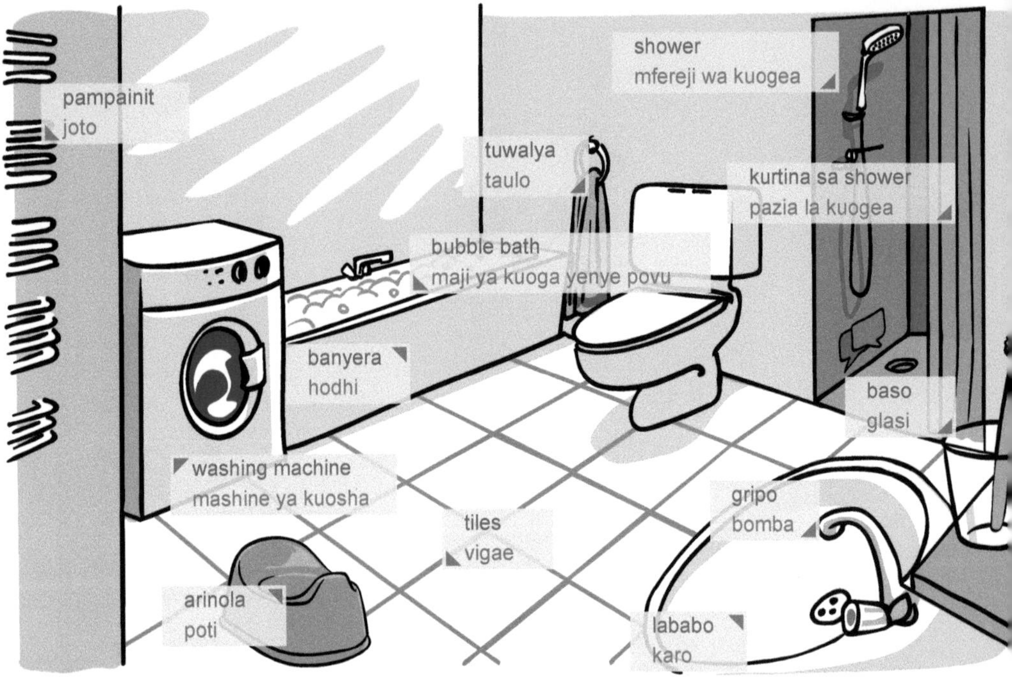

pampainit
joto
shower
mfereji wa kuogea
tuwalya
taulo
kurtina sa shower
pazia la kuogea
bubble bath
maji ya kuoga yenye povu
banyera
hodhi
baso
glasi
washing machine
mashine ya kuosha
gripo
bomba
tiles
vigae
arinola
poti
lababo
karo

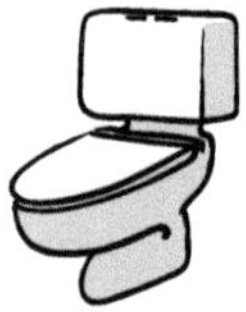

banyo

choo

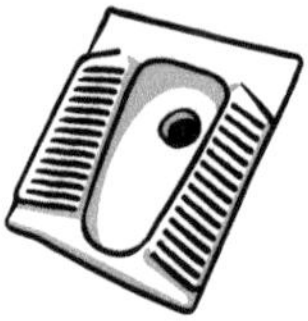

squat toilet

choo cha squat

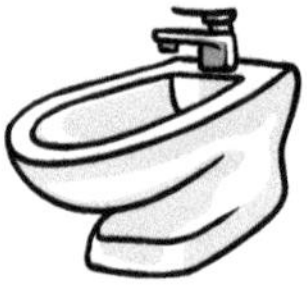

bidet

beseni la mviringo

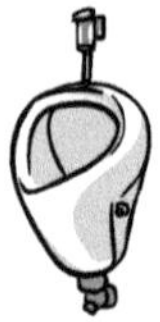

ihian

choo cha umma

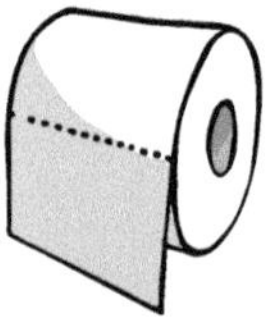

toilet paper

shashi

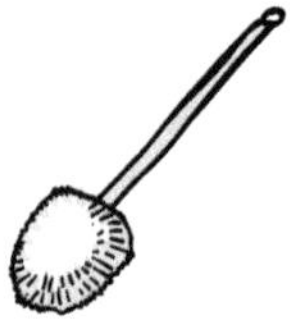

iskoba sa banyo

brashi ya choo

sipilyo

mswaki

tutpeyst

dawa ya meno

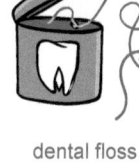

dental floss

dawa ya meno

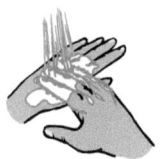

hugasan

safisha

shower na hinahawakan

kuoga mkono

dutsa

msukumo wa maji

palanggana

bonde

bras panlikod

mpako wa pili

sabon

sabuni

shower gel

jeli ya kuogea

shampoo

shampuu

pranela

flana

paagusan

toa maji

krema

krimu

deodorant

kiondoa harufu

salamin
kioo

salaming hinahawakan
kioo mkono

pang-ahit
kinyozi

bulang pang-ahit
povu la kunyoa

aftershave
baada ya kunyoa

suklay
kichana

brush
brashi

pantuyo ng buhok
kikausha nywele

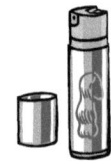

sprey sa buhok
marashi ya nyewele

makeup
vipodozi

lipistik
kidomwa

pampakintab ng kuko
varnish ya msumari

bulak na lana
pamba

panggupit ng kuko
mkasi wa kucha

pabango
manukato

washbag

mkoba wa kuosha

stool

kinyesi

timbangan

mizani

bata

nguo ya kuoga

gomang guwantes

glavu za mpira

tampon

kisodo

malinis na tuwalya

sodo

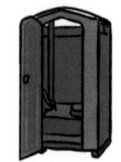

chemical toilet

kemikali choo

silid ng bata
chumba ya mtoto

alarm clock
saa ya kengele
nayayakap na laruan
kidoli cha kupakata
laruang kotse
gari bandia
kuliling
kelele
bahay ng manika
chumba cha midoli
regalo
sasa

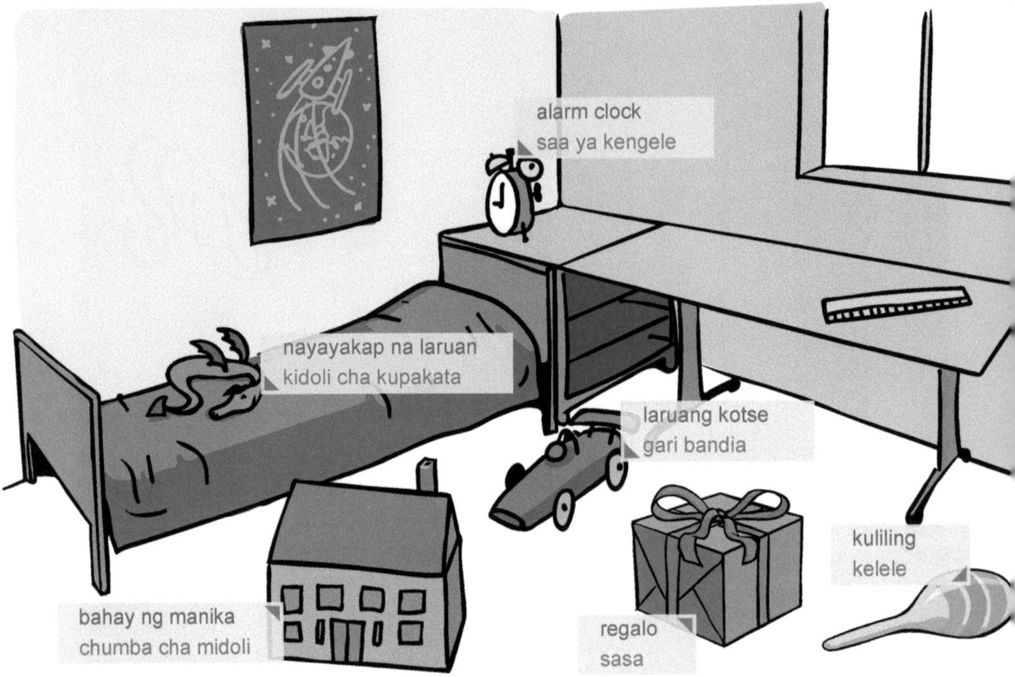

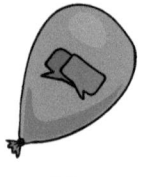

lobo

baluni

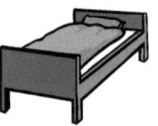

higaan

kitanda

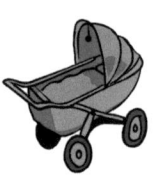

pram

mashua

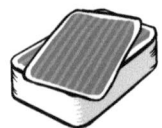

hanay ng mga baraha

staha ya kadi

jigsaw

mchezo-fumb

SUPER
MEGA

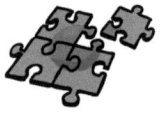

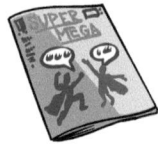

komiks

vichekesho

lego bricks

matofali lego

blokeng laruan

vitalu mwigo

action figure

hatua takwimu

paglaki ng sanggol

suti ya kulalia

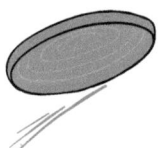

frisbee

kisahani

mobile

simu

board game

ubao wa michezo

dice

kete

model train set

garimoshi mwigo

manikin

dummy

salu-salo

chama

aklat ng mga litrato

picha kitabu

bola

mpira

manika

kikaragosi

maglaro

kucheza

tibagan ng buhangin

shimo la mchanga

duyan

bembea

mga laruan

vitu bandia

video game console

kiweko cha video ya mchezo

traysikel

baiskeli ya magurudumu

teddy bear

mwanasesere

aparador

kabati

matatu

pananamit

nguo

medyas

soksi

stockings

stokingi

pampitis

kibano

bandana
skafu

payong
mwavuli

sinturon
ukanda

t-shirt
fulana

bota
viatu

tsinelas
ndara

sneakers
wakufunzi

sandalyas
malapa

sapatos
viatu

botang degoma
mabuti ya mpira

salawal
suruali ya ndani

bra
sidiria

tsaleko
fulana

katawan

mwili

pantalon

suruali

jeans

dangirizi

palda

sketi

blusa

blauzi

kamiseta

shati

pullover

vuta

panlamig

sweta

blazer

bleza

diyaket

jaketi

kapa

koti

kapote

koti la mvua

kasuotan

maleba

bistida

gauni

damit pangkasal

mavazi ya harusi

pananamit - nguo

terno
suti

damit pantulog
vazi la usiku

padyama
pajama

sari
sari

bandana sa ulo
skafu

turban
kilemba

burka
burka

kaftan
kaftan

abaya
abaya

panlangoy
vazi la kuogelea

trunks
vazi la kiume la kuogelea

salawal
kaptura

tracksuit
teitei

apron
aproni

guwantes
glavu

butones

kifungo

salamin

glasi

pulseras

bangili

kuwintas

mkufu

singsing

pete

hikaw

herini

takip

kofia

sabitan ng kapa

kiango cha koti

sombrero

kofia

kurbata

tai

siper

zipu

helmet

kofia

tirante

kanda za suruali

uniporme sa paaralan

sare za shule

uniporme

sare

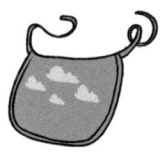

bibero

bibu

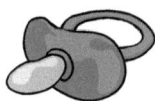

manikin

dummy

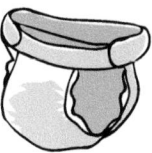

lampin

nepi

opisina

ofisi

server
seva
kabinet ng file
kabati la kuweka faili
printer
kichapishaji
papel
karatasi
monitor
kiwambo
mesa
dawati
mouse
kipanya
polder
folda
keyboard
kibodi
han ng papel
cha kuweka karatasi chafu
upuan
kiti
kompyuter
kompyuta

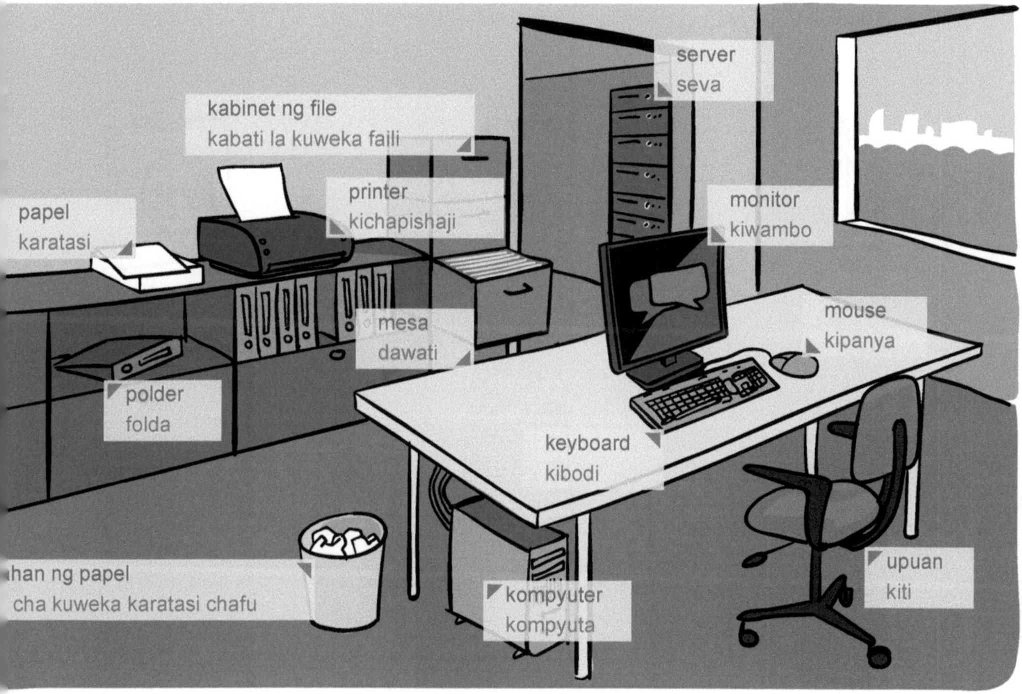

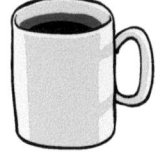

tasa ng kape

kmobe la kahawa

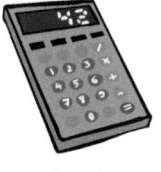

calculator

kikokotoo

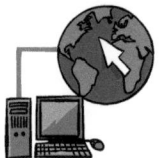

internet

biashara

laptop

mbali

sulat

barua

mensahe

ujumbe

mobile

rununu

network

intaneti

photocopier

fotokopia

software

programu

telepono

simu

saksakan

soketi

fax machine

kipepesi

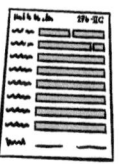

anyo

fomu

dokumento

hati

bumili

kununua

magbayad

kulipa

ikalakal

biashara

pera

fedha

dolyar

dola

euro

yuro

yen

yeni

rublo

rouble

swiss franc

faranga ya Uswisi

renminbi yuan

renminbi yuan

rupee

rupia

cash point

eneo la kulipia

tanggapan ng palitan ng pera

ofisi ya ubadilishanaji

ginto

dhahabu

tanso

fedha

langis

mafuta

enerhiya

nishati

presyo

bei

kontrata

mkataba

buwis

kodi

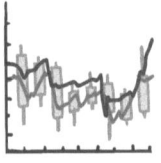

stock

bidhaa

trabaho

kazi

empleyado

mfanyakazi

taga-empleyo

mwajiri

pabrika

kiwanda

tindahan

duka

opisyal ng opisyal
afisa wa polisi

bombero
mzimamoto

tagapagluto
mpishi

doktor
daktari

piloto
rubani

hardinero

mtunza bustani

karpentero

seremala

mananahi

mshonaji

hukom

hakimu

kemiko

mwanakemia

aktor

muigizaji

tsuper ng bus

dereva wa basi

tsuper ng taxi

dereva wa teksi

mangingisda

mvuvi

tagapaglinis

mwanamke wa kusafisha

tagapagkabit ng bubong

mwezekaji

waiter

mhudumu

mangangaso

mwindaji

pintor

mchoraji

panadero

mwokaji

elektrisyan

umeme

tagapagtayo

mjenzi

inhinyero

mhandisi

magkakarne

mchinjaji

tubero

fundi bomba

kartero

mwanaposta

sundalo

mwanajeshi

arkitekto

msanifu majengo

kahera

keshia

magtitinda ng bulaklak

muuza maua

manggugupit

msusi

konduktor

kondakta

mekaniko

mekanika

kapitan

nahodha

dentista

daktari wa meno

siyentipiko

mwanasayansi

rabbi

rabbi

imam

imamu

monghe

mtawa

klero

kasisi

mga kagamitan
zana

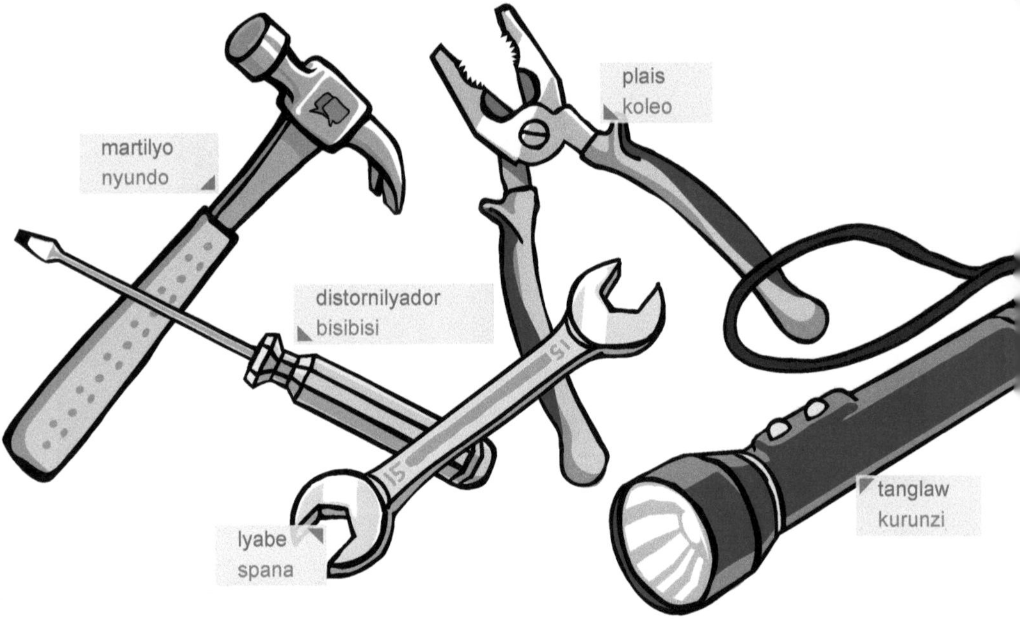

martilyo
nyundo
plais
koleo
distornilyador
bisibisi
lyabe
spana
tanglaw
kurunzi

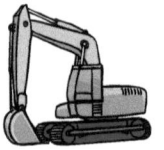

panghukay

mchimbaji

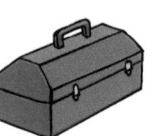

toolbox

sanduku la vifaa

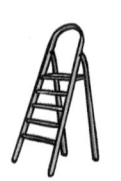

hagdan

ngazi

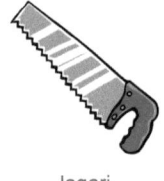

lagari

msumeno

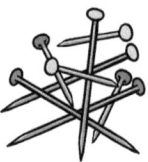

mga pako

misumari

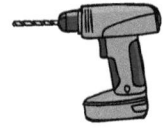

pambutas

kuchimba visima

kumpunihin

kukarabati

pala

sepetu

Kainis!

Lo!

pandakot

kishikio cha uchafu

palayok ng pintura

chungu cha rangi

mga tornilyo

skurubu

mga pangmusikang instrumento
ala za muziki

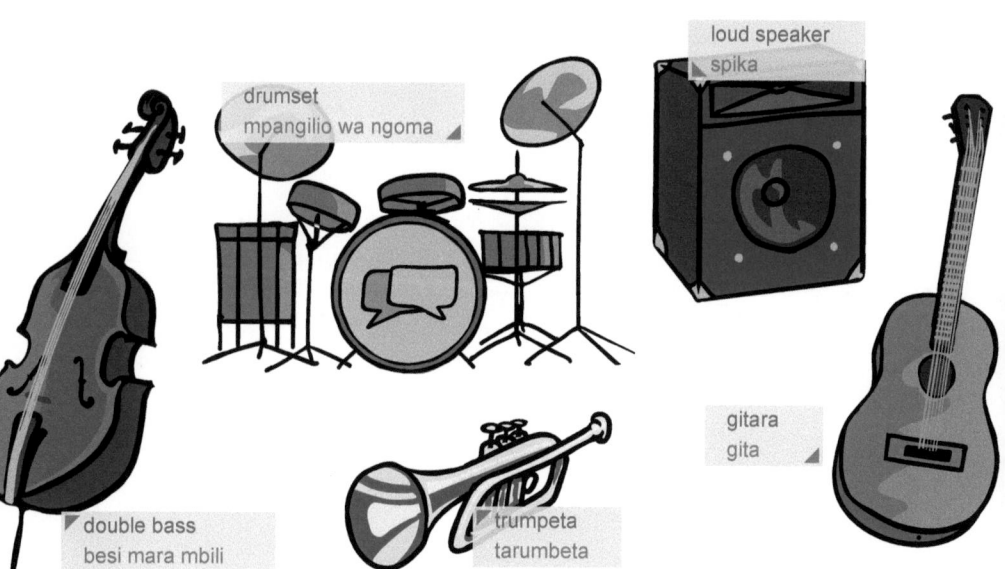

drumset
mpangilio wa ngoma

loud speaker
spika

double bass
besi mara mbili

trumpeta
tarumbeta

gitara
gita

piyano

piano

biyolin

fidla

bass

ubeji

timpani

timpani

mga drum

ngoma

keyboard

kibodi

saksopon

saksafoni

plauta

filimbi

mikropono

maikrofoni

bustani ya wanyama

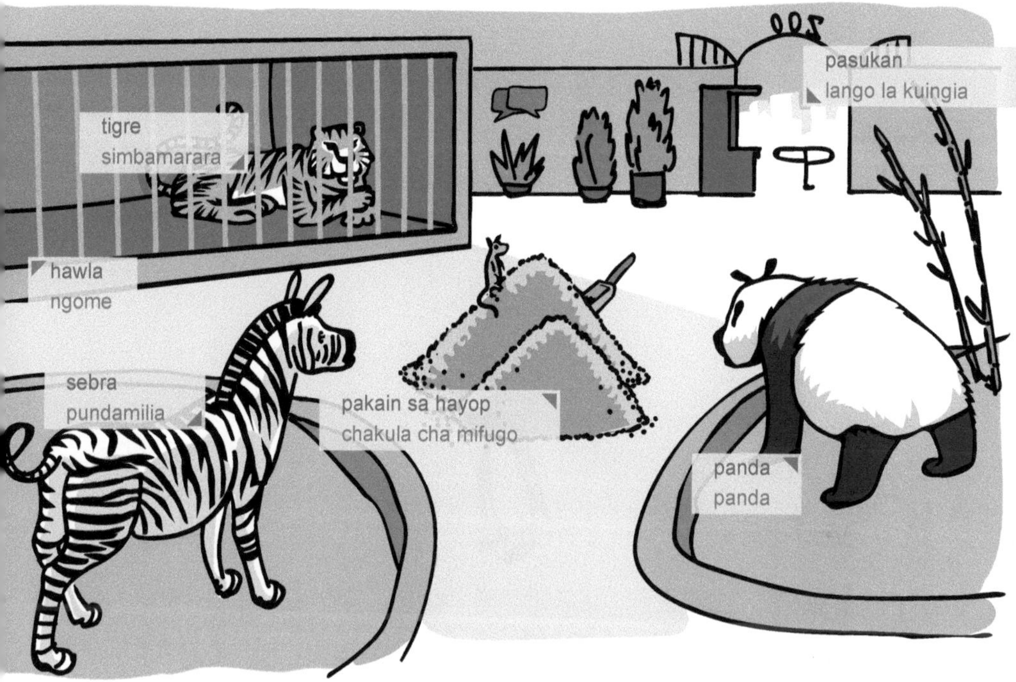
tigre
simbamarara
hawla
ngome
sebra
pundamilia
pakain sa hayop
chakula cha mifugo
pasukan
lango la kuingia
panda
panda

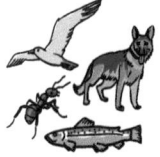

mga hayop

wanyama

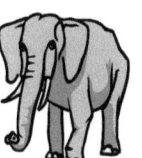

elepante

tembo

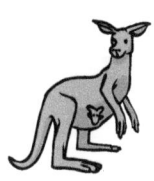

kanggaro

kangaruu

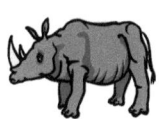

rhino

kifaru

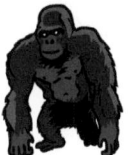

gorilya

sokwe

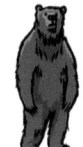

oso

dubu

kamelyo

ngamia

ostrich

mbuni

leon

simba

unggoy

tumbili

flamingo

heroe

loro

kasuku

polar bear

dubu

penguin

penguini

pating

papa

paboreal

tausi

ahas

nyoka

buwaya

mamba

tagapag-alaga ng zoo

mtunza wanyama

seal

muhuri

jaguar

jaguar

buriko

mwanafarasi

leopardo

chui

hipo

kiboko

dyirap

twiga

agila

tai

bulugan

nguruwe mwitu

isda

samaki

pagong

kobe

walrus

sili

soro

mbweha

gasel

paa

Amerikanong putbol
soka ya marekani

pamimisikleta
uendeshaji baiskeli

tennis
tenisi

basketbol
mpira wa kikapu

paglalangoy
kuogelea

boksing
ndondi

ice-hockey
magongo ya barafuni

soccer

soka

badminton

vinyoya

atletiks

riadha

handball

mpira wa mikono

skiing

skii

polo

polo

mga aktibidad
shughuli

tumawa
cheka
tumalon
kuruka
yakapin
kumbatia
lumakad
kutembea
kumanta
kuimba
mangarap
ota ndoto
magdasal
kuomba
halikan
busu

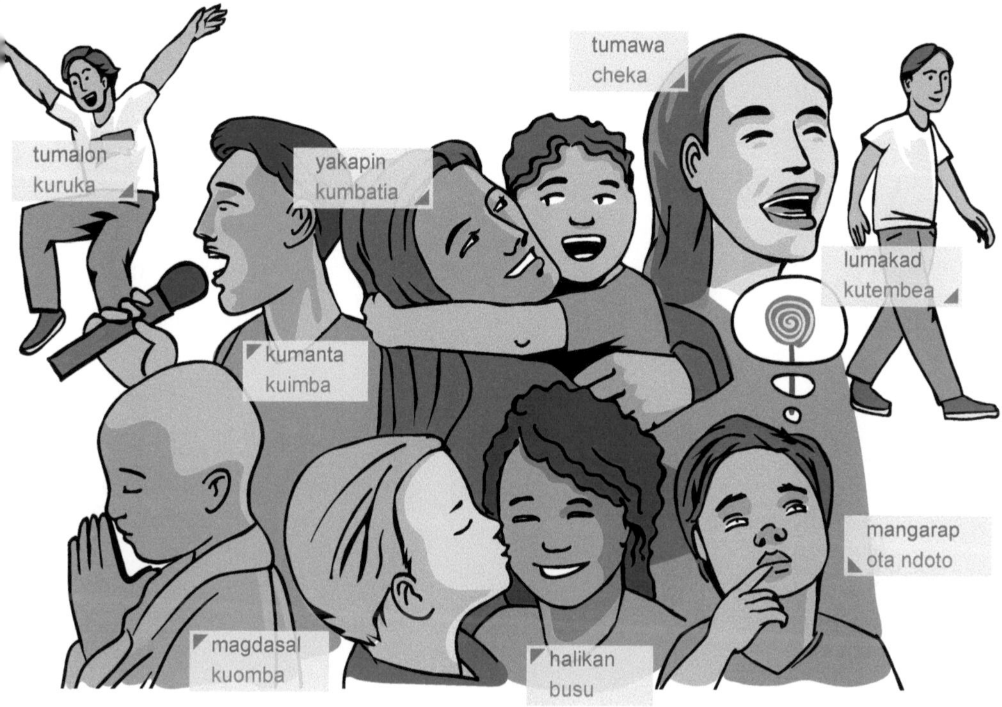

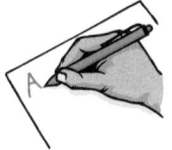

sumulat
kuandika

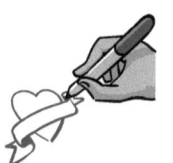

gumuhit
kuteka

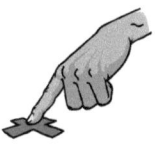

ipakita
angalia

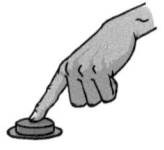

itulak
sukuma

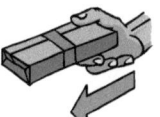

magbigay
kutoa

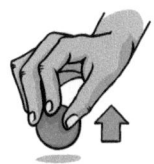

kunin
kuchukua

magkaroon

kuwa

gawin

fanya

maging

kuwa

tumayo

kusimama

tumakbo

kukimbia

hilahin

vuta

itapon

kutupa

malaglag

kuanguka

mahiga

hadaa

hintayin

kusubiri

dalhin

kubeba

umupo

kukaa

magbihis

vaa nguo

matulog

usingizi

gumising

kuamka

tumingin

kuangalia

umiyak

lia

estilo

kiharusi

magsuklay

chana nywele

magsalita

ongea

intindihin

kuelewa

magtanong

kuuliza

makinig

kusikiliza

uminom

kunywa

kumain

kula

linisin

nadhifisha

mahal

upendo

magluto

mpishi

magmaneho

gari

lumipad

kuruka

maglayag

meli

kalkulahin

kokotoa

basahin

kusoma

matuto

kujifunza

trabaho

kazi

pakasalan

kuoa

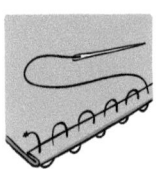

tahiin

kushona

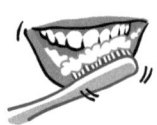

magsipilyo ng ngipin

piga mswaki

patayin

kuua

manigarilyo

moshi

magpadala

kutuma

pamilya
familia

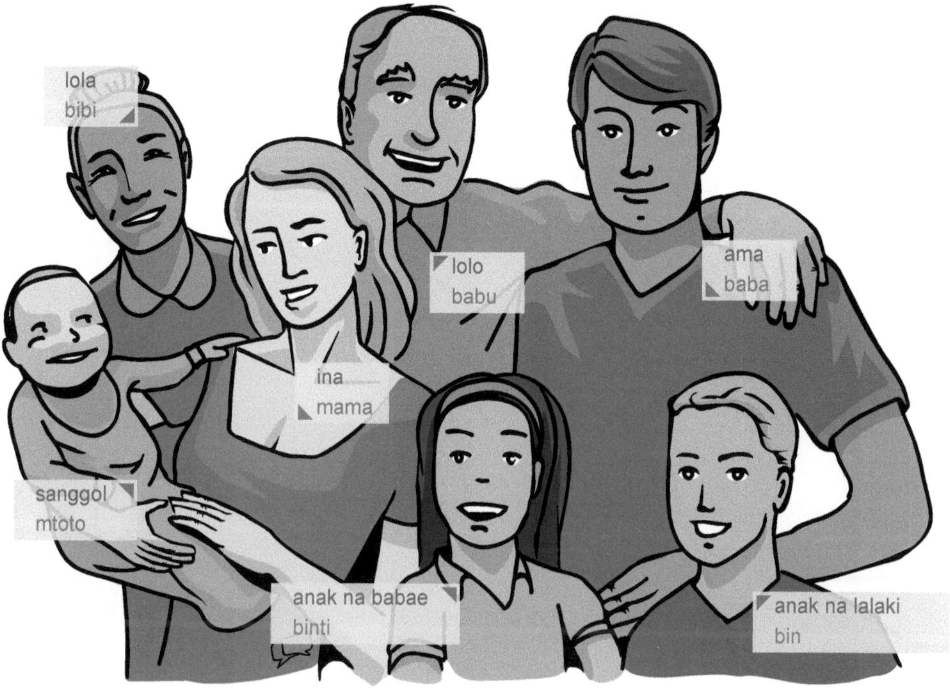
lola
bibi
lolo
babu
ama
baba
ina
mama
sanggol
mtoto
anak na babae
binti
anak na lalaki
bin

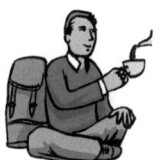

panauhin

mgeni

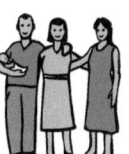

tiya

shangazi

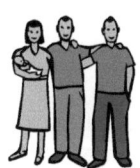

tiyo

mjomba

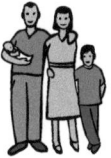

kuya

kaka

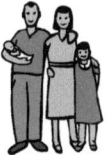

ate

dada

katawan

mwili

noo
paji la uso
mata
jicho
balikat
bega
daliri
kidole
mukha
uso
baba
kidevu
kamay
mkono
binti
mguu
suso
matiti
bisig
mkono

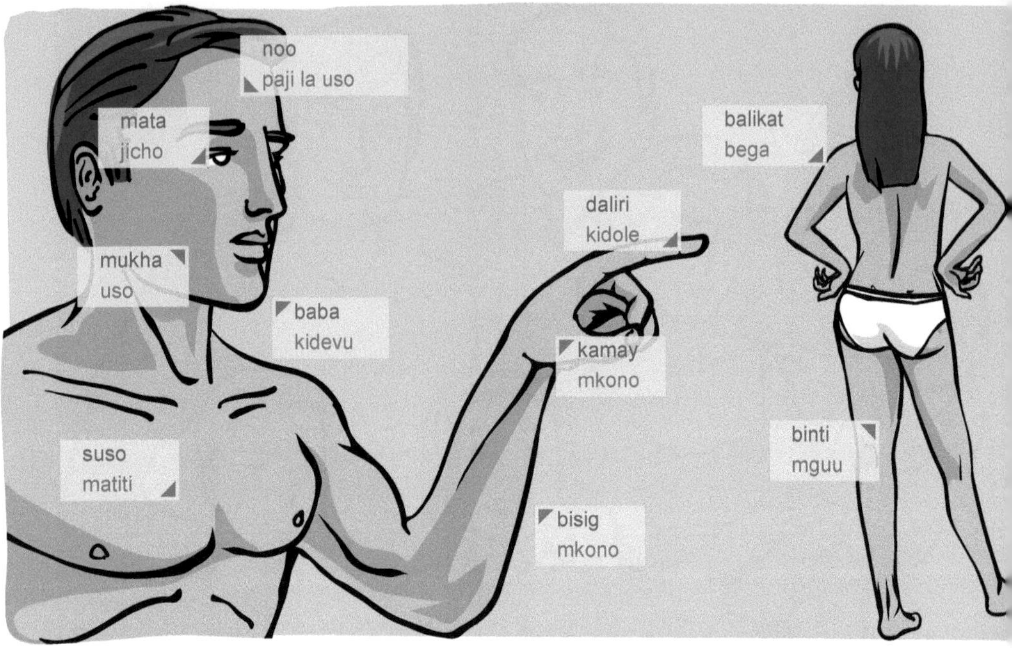

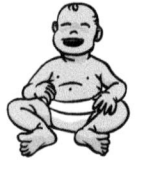

sanggol
mtoto

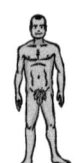

lalaki
mwanamume

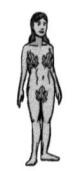

babae
mwanamke

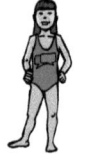

batang babae
msichana

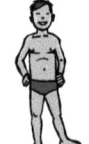

batang lalaki
mvulana

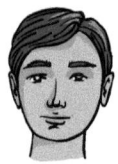

ulo
kichwa

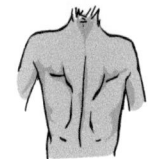

likod

nyuma

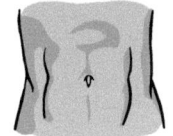

tiyan

tumbo

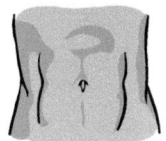

pusod

kitovu

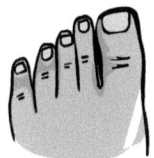

daliri ng paa

chano

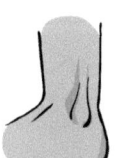

takong

kisigino

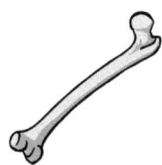

buto

mfupa

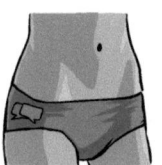

balakang

nyonga

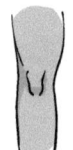

tuhod

goti

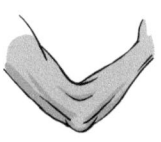

siko

kiwiko

ilong

pua

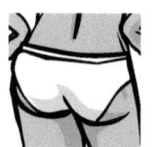

gitna

chini

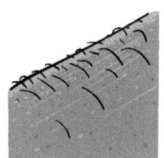

balat

ngozi

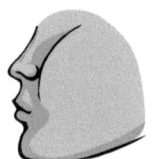

pisngi

shavu

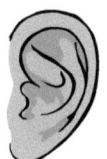

tainga

sikio

labi

mdomo

bibig
kinywa

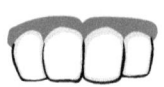

ngipin
jino

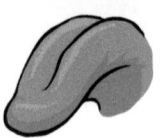

dila
ulimi

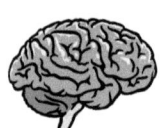

utak
ubongo

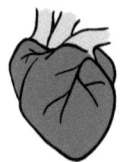

puso
moyo

kalamnan
misuli

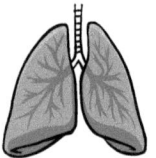

baga
pafu

atay
ini

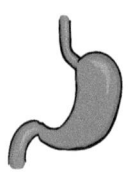

sikmura
tumbo

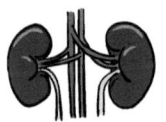

mga bato
figo

pagtatalik
jinsia

kondom
kondomu

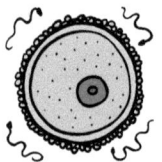

obyum
ovari

semen
shahawa

pagbubuntis
mimba

katawan - mwili

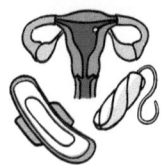

pagreregla

hedhi

vagina

uke

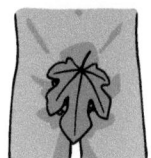

ari ng lalaki

uume

kilay

unyusi

buhok

nywele

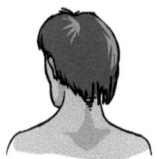

leeg

shingo

ospital

hospitali

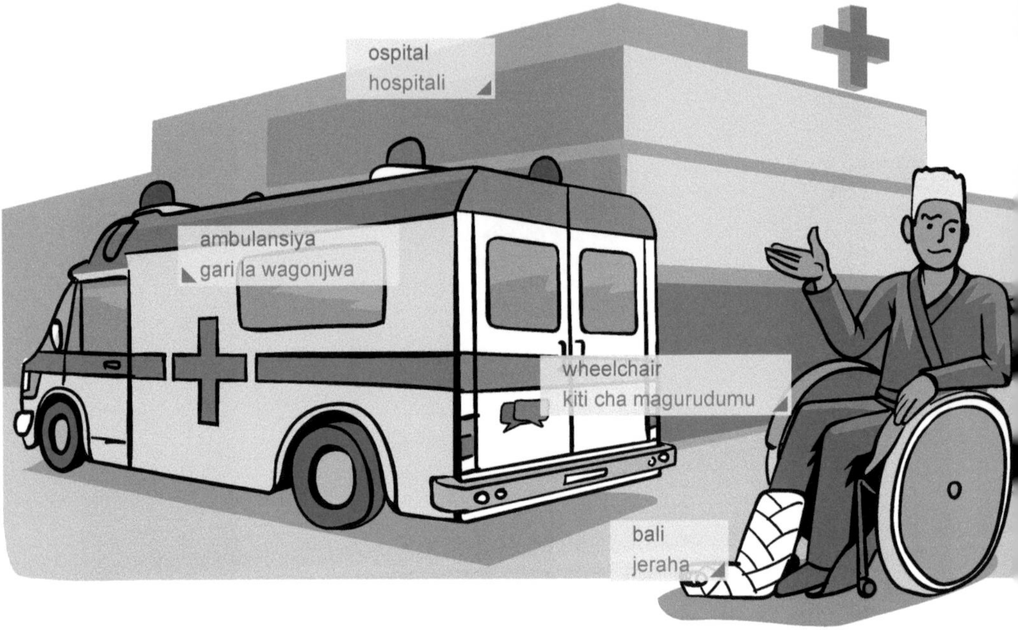

ospital
hospitali
ambulansiya
gari la wagonjwa
wheelchair
kiti cha magurudumu
bali
jeraha

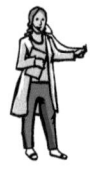

doktor

daktari

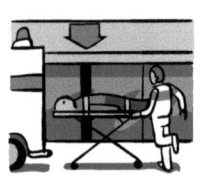

silid pang-emergency

chumba cha dharura

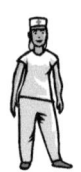

nars

muuguzi

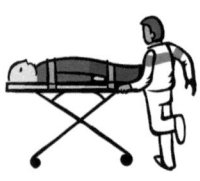

emerhensiya

dharura

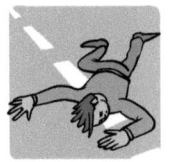

walang malay

kupoteza fahamu

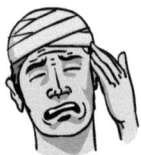

pananakit

maumivu

pinsala

kuumia

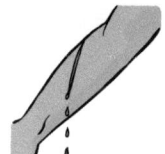

nagdurugo

kutokwa na damu

atake sa puso

mshtuko wa moyo

atake serebral

kiharusi

alerdye

mzio

ubo

kikohozi

lagnat

homa

trangkaso

mafua

pagdudumi

kuharisha

sakit ng ulo

maumivu ya kichwa

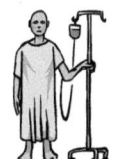

kanser

kansa

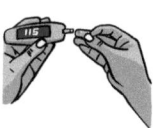

diyabetis

ugonjwa wa kisukari

siruhano

daktari mpasuaji

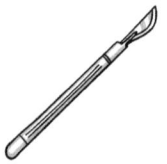

iskalpel

kisu kidogo cha kupasulia

operasyon

operesheni

CT

picha changanufu ya mwili

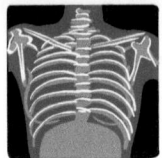

x-ray

Eksrei

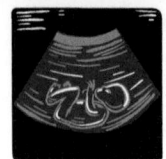

ultrasound

mawimbi sauti

maskara sa mukha

barakoa ya uso

sakit

ugonjwa

silid-antayan

chumba cha kusubiri

saklay

mkongojo

plaster

plasta

benda

bendeji

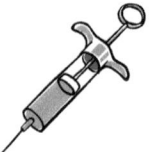

iniksyon

sindano

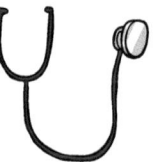

istetoskopyo

stetoskopu

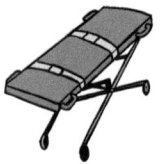

estretser

machela

klinikal na termometro

kipimajoto cha kliniki

pagsilang

kuzaliwa

labis sa timbang

unene kupita kiasi

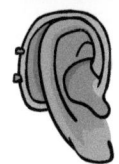

hearing-aid

kusikia misaada

pang-disimpekta

kipukusi

impeksyon

maambukizi

bayrus

virusi

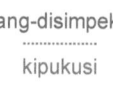

HIV / AIDS

VVU / UKIMWI

medisina

dawa

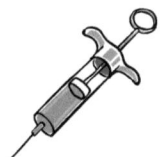

bakuna

chanjo

mga tableta

vidonge

tabletas

kidonge

emergency na tawag

simu ya dharura

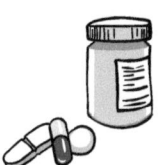

pagmamatyag sa presyon ng dugo

haemodainamometa

may sakit / malusog

mgonjwa / mwenye afya

Tulong!

Msaada!

alarma

kengele

asulto

pigo

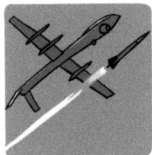

atake

shambulizi

panganib

hatari

labasang pang-emergency

lango la dharura

Sunog!

Moto!

fire extinguisher

kizima moto

aksidente

ajali

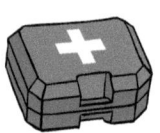

kagamitan sa paunang lunas

vifaa vya huduma ya kwanza

SOS

wito wa msaada

pulis

polisi

Europa

Ulaya

Hilagang Amerika

Amerika ya Kaskazini

Timog Amerika

Amerika ya Kusini

Aprika

Afrika

Asya

Asia

Australia

Australia

Atlantika

Atlantiki

Pasipiko

Pasifiki

Dagat Indiano

Bahari ya Hindi

Dagat Antarktika

Bahari ya Antaktiki

Dapat Arktika

Bahari ya Aktiki

Hilagang polo

Ncha ya Kaskazini

Timog polo

Ncha ya Kusini

Antartika

Antaktika

mundo

dunia

lupa

nchi

dagat

bahari

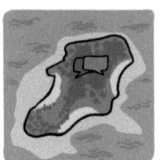

isla

kisiwa

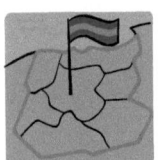

bansa

taifa

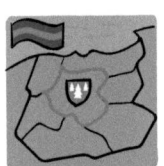

estado

jimbo

mundo - dunia

mukha ng orasan

uso wa saa

orasang kamay

akrabu ya saa

minutong kamay

akrabu ya dakika

segundong kamay

akrabu ya sekunde

Anong oras na?

Ni saa ngapi?

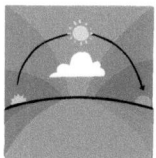

araw

siku

oras

wakati

ngayon

sasa

digital na relo

saa ya dijitali

minuto

dakika

oras

saa

linggo

wiki

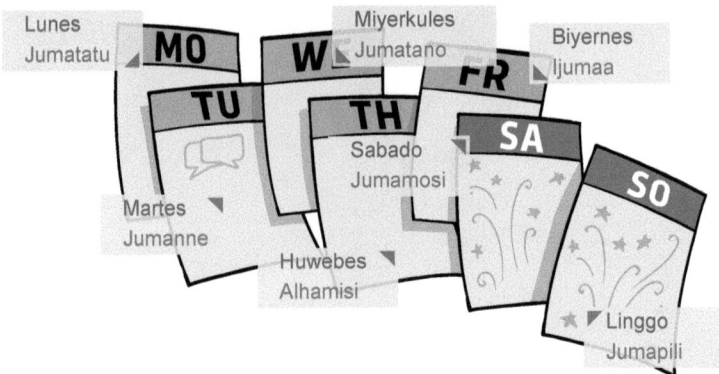

Lunes
Jumatatu

Miyerkules
Jumatano

Biyernes
Ijumaa

Sabado
Jumamosi

Martes
Jumanne

Huwebes
Alhamisi

Linggo
Jumapili

kahapon

jana

ngayon

leo

bukas

kesho

umaga

asubuhi

tanghali

saa sita mchana

gabi

jioni

MO	TU	WE	TH	FR	SA	SU
1	2	3	4	5	6	7
8	9	10	11	12	13	14
15	16	17	18	19	20	21
22	23	24	25	26	27	28
29	30	31	1	2	3	4

mga araw ng negosyo

siku za biashara

MO	TU	WE	TH	FR	SA	SU
1	2	3	4	5	6	7
8	9	10	11	12	13	14
15	16	17	18	19	20	21
22	23	24	25	26	27	28
29	30	31	1	2	3	4

katapusan ng linggo

mwishoni mwa wiki

ulan
mvua

bahaghari
upinde wa mvua

hangin
upepo

niyebe
theluji

tagsibol
majira ya machipuko

tag-init
kiangazi

taglagas
vuli

taglamig
majira ya baridi

4.APRIL	11°	☀
5.APRIL	4°	☁
6.APRIL	13°	☁
7.APRIL	8°	❄
8.APRIL	10°	☀

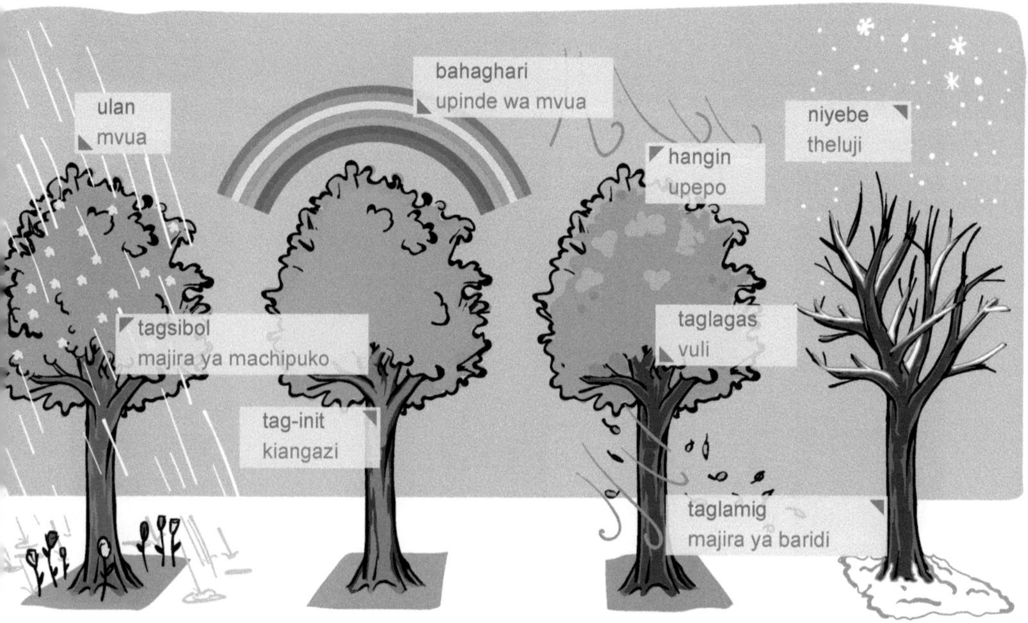

lagay ng panahon
....
utabiri wa hali ya hewa

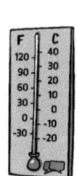

termometro
....
kipimajoto

sikat ng araw
....
mwanga wa jua

ulap
....
wingu

hamog
....
ukungu

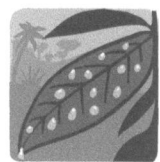

kahalumigmigan
....
unyevu

kidlat

umeme

kulog

radi

bagyo

dhoruba

may yelong ulan

mvua ya mawe

tag-ulan

monsuni

pagkain

mafuriko

yelo

barafu

Enero

Januari

Pebrero

Februari

Marso

Machi

Abril

Aprili

Mayo

Mei

Hunyo

Juni

Hulyo

Julai

Agosto

Agosti

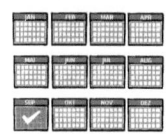

Setyembre

Septemba

Oktubre

Oktoba

Nobyembre

Novemba

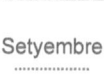

Disyembre

Desemba

mga hugis

maumbo

bilog

mduara

parisukat

mraba

rektanggulo

mstatili

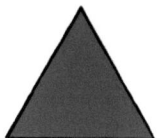

tatsulok

pembetatu

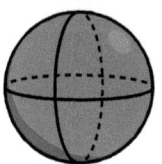

pabilog

nyanja

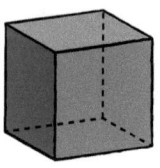

kyub

mchemraba

puti

nyeupe

dilaw

manjano

kahel

chungwa

rosas

rangi ya waridi

pula

nyekundu

ube

hudhurungi

asul

bluu

berde

kijani

brown

hanja

grey

jivujivu

itim

nyeusi

marami / kakaunti

mengi / kidogo

takot / kalmado

hasira / pole

maganda / pangit

nzuri / mbaya

simula / katapusan

mwanzo / mwisho

malaki / maliit

kubwa / ndogo

matingkad / madilim

angavu / giza

kuya / ate

kaka / dada

malinis / madumi

safi / chafu

kumpleto / kulang

kamilika / tokamilika

araw / gabi

siku / usiku

patay / buhay

wafu / hai

malawak / makipot

pana / nyembamba

nakakain / hindi nakakain

kulika / kutolika

masama / mabuti

ovu / ema

nakakatuwa / nakakainip

sisimkwa / udhika

mataba / payat

nene / nyembamba

una / huli

kwanza / mwisho

kaibigan / kaaway

rafiki / adui

puno / walang laman

jaa / tupu

matigas / malambot

ngumu / laini

mabigat / magaan

nzito / nyepesi

gutom / uhaw

njaa / kiu

may sakit / malusog

mgonjwa / mwenye afya

ilegal / legal

haramu / kisheria

matalino / tanga

akili / kijinga

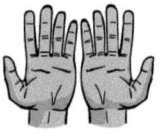

kaliwa / kanan

kushoto / kulia

malapit / malayo

karibu / mbali

bago /gamit na

mpya / kutumika

wala /mayroon

kitu / jambo

matanda / bata

zee / changa

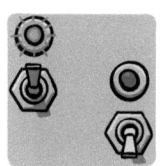

naka-on / naka-off

waka / zima

bukas / sarado

wazi / fungwa

tahimik / maingay

utulivu / kelele

mayaman / mahirap

tajiri / masikini

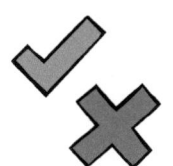

tama / mali

sahihi / kosa

magaspang / makinis

mbaya / laini

malungkot / masaya

huzunika / furahia

maikli / mahaba

fupi /ndefu

mabagal / mabilis

polepole / haraka

basa / tuyo

nyevu / kavu

maligamgam / malamig

joto / baridi

digmaan / kapayapaan

vita / amani

0

sero

sufuri

1

isa

moja

2

dalawa

mbili

3

tatlo

tatu

4

apat

nne

5

lima

tano

6

anim

sita

7

pito

saba

8

walo

nane

9

siyam

tisa

10

sampu

kumi

11

labing-isa

kumi na moja

12
labindalawa

kumi na mbili

13
labintatlo

kumi na tatu

14
labing-apat

kumi na nne

15
labinlima

kumi na tano

16
labing-anim

kumi na sita

17
labimpito

kumi na saba

18
labing-walo

kumi na nane

19
labinsiyam

kumi na tisa

20
dalawampu

ishirini

100
daan

mia

1.000
libo

elfu

1.000.000
milyon

milioni

Ingles

Kiingereza

Amerikan na Ingles

Kiingereza cha Marekani

Tsinong Mandarin

Kimandarini cha Uchina

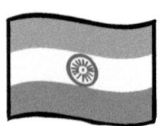

Hindi

Kihindi

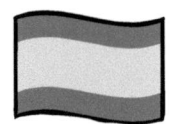

Espanyol

Kihispania

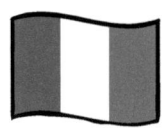

Pranses

Kifaransa

Arabe

Kiarabu

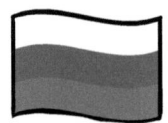

Ruso

Kirusi

Portuges

Kireno

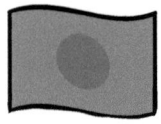

Bengali

Kibengali

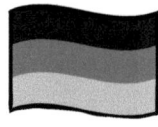

Aleman

Kijerumani

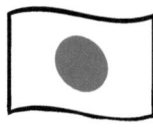

Hapon

Kijapani

ako

mimi

ikaw

wewe

siya / siya / ito

yeye / yeye / ni

kami

sisi

ikaw

wewe

sila

wao

sino?

nani?

ano?

nini?

paano?

jinsi gani?

saan?

wapi?

kailangan?

lini?

pangalan

jina

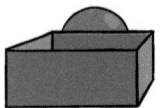

likuran

nyuma

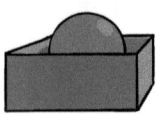

saan

katika

sa harap ng

mbele ya

itaas

juu ya

sa

kwenye

ilalim

chini ya

katabi

kando

pagitan

kati

lugar

mahali